ஒரு கனவு முடிந்தது

ராஜா

ஏலே பதிப்பகம்

ஒரு கனவு முடிந்தது

ஆசிரியர் ©ராஜா

முதற்பதிப்பு 2021
பக்கங்கள் 76

ISBN : 978-81-953454-2-7

புத்தகம் வெளியீடு
ஏலே பதிப்பகம்
மின்னஞ்சல் முகவரி
Aelaypublish@gmail.com
phone – 9944992571

Published by
© AelayPublish
www.aelaypublish.com

அன்புகளுடன்

ராஜா

♥

சில பெண்களோட கண்ணுல
நீ என்ன பெரிய மயிரானு
ஒரு கேள்வி கேட்டு
சட்டைய பிடிச்சி பக்கத்துல இழுத்து
திமிரா பார்த்து
இப்போ சொல்லுனும் கேட்குற
ஒரு தொணி பார்வை இருக்கும்

அந்த அழகுக்கு முன்னாடி
ஆம்பளங்குற திமிர் நிஜமாவே
மயிர் தான்

♥

ஏன் இவ்வளவு நாள்
காதலை சொல்லாமலே இருந்தாய்
என்ற உன் கேள்விக்கு
என்னிடம் இருப்பது

அந்த காதலை தவிர
உன்னிடம் கொடுப்பதற்கு
என்னிடம் எதுவுமில்லை
என்ற காரணம் மட்டும் தான்

இப்போதும்

♥

என் காதுகளுக்குள்
ஒலித்து கொண்டிருக்கும்
உன் குரல் உனக்கு கூட கேட்காதது

அது உன் ஆழ் மனதில் இருந்து
எனக்காய் எழும்பிக் கொண்டிருக்கும்
நம் காதல் அலையின்
நிசப்தம் அது

♥

நாம் புரிந்து கொள்ள முயற்சிக்கும் காதல்
அந்த பேரண்டத்தை உருவாக்கிக்கொண்டிருக்கிறது
என்பதை நாம் உணரும் பொழுது நாம் கடவுள்

♥

நீ ஒரு நிர்வாணத்தை காமம்
என்று சொல்கிறாய்

ஆமாம்
நான் உன் கால் விரலின் நிர்வாணத்தை
என் பெருங்காமமாய் நேசித்து உருகுகிறேன்
ஒரு முத்தமிட்டு

❤

யான் காதல் தேவன்
நிச்சயமாக சொல்கிறேன்
நீ என் காதலை புரிந்து கொள்ளவே முடியாது

என் காதல் எப்போதோ
என்னை தேவனாக்கிவிட்டது
பைத்தியக்காரனாகவும்
இரு மொழிகளும் சாதாரண மனிதர்களுக்கு
புரியப்போவதில்லை

நானும் தேவன் பட்டம் விட்டு
கீழே மனிதனாக இறங்கியும்
வரப்போவதில்லை

♥

இல்லாமல் போன உன்னை
இருப்பதாய் நினைத்து
நான் எழுதிக் கொண்டிருப்பதாய்
இருக்கலாம் காதல் என்பது

நாம் எதாவது செய்வோம்
இந்த பூமிக்கு இருவரும் ஒருமனதாக
ஒரு இனிய முத்தத்தின் ஓசையையாவது
காற்றில் கலக்க விடுவோம்

♥

என் பகலும் இரவும்
உன்னிடம் நெருங்கி இருக்கும்
நிமிடங்களில் இருந்தே தோன்றுகிறது
என் வானம்

என் தலை போர்த்தி கிடக்கும்
உன் சேலையில் இருந்தே தோன்றுகிறது
என் வானத்தின் வானவில்

நாங்கள்
ஒரு உலகம் செய்து
கொண்டிருந்தோம்
என்னையும் அவளையும்
மட்டும் வைத்து

அங்கே காற்றானது
எங்கள் மூச்சு
நிலம் என்பது
எங்கள் தேகம்

பனியும் மழையும்
எங்கள் வியர்வைத்துளி
வசந்தகாலமானது
எங்கள் மோகம்
கோடையானது
ஊடல் கோபம்

எங்கள் உலகத்தை
எங்களிடம் இருந்து
உருவாக்கி கொண்டிருந்தோம்

கண்ணாடி
முன் எங்கள்
நிர்வாணத்தை
நாங்களே
ரசித்து கொண்டிருந்தோம்

எங்கள் உலகம்
பிறந்தது
எங்கள் இரத்தமும் சதையும்
உயிருமாய்

♥

என் சட்டைகளில்
ஒட்டிக் கொள்ளும்
உன் ஒவ்வொரு முடியில் இருந்தும்
எடுத்து எழுதி கொண்டிருக்கிறேன்
நான் ஒரு உயிருள்ள கவிதையை

நீ
உணர்ந்த வலி
பெருங்காதல்

நான் உணர்ந்த
கண்ணீர்த் துளி
பெருங்காமம்

நாம் இருளை காதல் கொண்டு
வெளிச்சம் செய்தவர்கள்
அட்ப மனித கடவுள்கள்

♥

உன் மார்பில் சாய்ந்து
கதை பேசி உறங்க வைத்து விடுகிறாய்
நானும் உறங்கிவிடுகிறேன்
உறக்கம் கலைக்கும் பொழுது தான்
காதலி என்று நியாபகப்படுத்துகிறாய்
நியாபகம் வருகிறது

அது வரை நான் தாய்மடியென்றே உணர்ந்து
கொண்டிருக்கிறேன் உன்னை

❤

ஒரு பெண் சில விஷயங்களில்
ஒரு ஆண் அவனாகவே அவளை
புரிந்து கொள்ள வேண்டும் என்று
எதிர்ப் பார்க்கிறாள்

ஒரு ஆண் இன்னும்
அவளை புரிஞ்சிக்க முடியலனும்
எரிச்சலடைவான்

அந்த புரிதல்களின்
இடைவெளிகளில் தான் புதைந்து கிடக்கிறது
ஆண் பெண்ணின் படைப்பின் ரகசியம்

♥

ஒரு பெண்ணின் மன ரகசியம்
என்பது அவளின் வெளிப்படையான
ஒரு வெள்ளை காகிதம்

அந்த காகிதத்தில் ரகசியம் இல்லை
என்றுணர்ந்து அவளை நீங்கள்
படிக்க ஆரம்பிக்கையில்
அவள் காட்சிப்பெறுவாள்
ஒரு கவிதை சுடராய்

♥

நீ
கூந்தல்
விரித்தாய்
இரவு பூ பூத்தது
நெற்றியில்
ஒரு முத்தமிட்டாய்
அது உயிர் தொட்டது

உன் சேலையில் என்னை போர்த்தினாய்
கருப்பையின் வெப்பம் அப்படியே
இருந்தது

கனிந்த உன் மார்பில்
கசியும்
ஒரு துளி தாய்ப்பாலில்
பேரடண்த்தின்
காமத்தை
ஒரு துளி காதலுக்குள்
அடக்கி அணைத்து

மெல்ல துளிர்விட்டாய்
என் இதயத்தில்
இருந்து

நீ

♥

சதை பசியாறும் போது
ஆன்மா உண்டு கடவுளாவோம்

♥

என் சதைகளோடு
என் எலும்பையும் கடித்து போடு
உன் முத்தமும் பற்கடியும்
என் எலும்பு வரை பதியட்டும்

நாம் புதிய காதலின் எல்லையை
உலகுக்கு அறிமுகப்படுத்துவோம்

♥

உன் உதட்டின் ரேகைகளை
என் உள் நாவினுள் பதி
அது இலக்கியமே காணாத
புது கவிதை

♥

நழுவும் பனித் துளி போல்
நழுவுகிறாய்
என் நெஞ்சின் மயிர்களில் இருந்து
உன் கூந்தலோடு
நான் உருக ஆரம்பிக்கிறேன்

♥

சில சமயம் இருக்கலாம்
ஆனால் என் சட்டை இழுத்து பிடித்து
முத்தம் கொடுப்பதை
நீ வாடிக்கையாகவே வைத்திருக்கிறாய்

எனக்கும் சந்தோஷம் என்றாலும்
நீ முத்ததிலேயே முடிக்க முற்படுவதில்
எனக்கு சற்றும் உடன்பாடு இல்லை

♥

நீ மீண்டும் தொடங்க நினைக்கிறாய்
நான் மீண்டும் உன்னால்
தொடங்கப்பட காத்திருக்கிறேன்

♥

உன் வியர்வை பட்டு
பூத்து நிற்கும்
மரக்கட்டிலுக்கு
என்ன பெயர் வைக்க ?

♥

உன் சேலையின் வாசத்தில்
அப்படியே இருக்கிறது
என் குழந்தை பருவம்

அடிக்கடி போடுகிறாய்
எனக்கு பிடிக்கும் என்று
சொன்ன நாள் முதல்
அந்த பச்சை நிற புடவையை

ஆனால் நான் நித்தம் ரசிப்பது
பச்சை புடவையில் பூத்து நிற்கும்
உன்னைத் தான்

♥

ஆடை களைந்த நிலையை
நீ அம்மணம் என்கிறாய்
நான் ஆதி மனிதனின் குழந்தை
காதல் மனம் என்கிறேன்

♥

இறுக்கி பிடித்துக் கொண்டே
தூங்கி விடுகிறாய் நீ
உன் இறுக்கத்தில் இருந்து தான்
கண் முழித்து எழுகிறது
என் ஆன்மா

♥

தேனீக்கள் தான் பூவின் இதழில்
தேன் எடுக்கும்
மண் அந்த பூவை வேரோடு விழுங்கி தாங்கும்
நான் உன்னை விழுங்கும் மண்

♥

பெருங்காமமதில்
காலடி நகம் வரை கடித்து விழுங்குவோம்
காதல் தொட்டு எழும் நதி கரையில்
ஆர அமர்ந்து கதை பேசுவோம்

அப்புறம்

♥

புரியாத கதைகளென்று
இங்கே எதுவும் இல்லை
நாம் புரிய முயன்றது
அவ்வளவு தான்

♥

நாம் முயல்வது
முயன்றது என்பது
நிலாவை கடித்து தின்ற
ஒரு கடவுளின் கதை

நீ நிலா
நான் கடவுள்

♥

யாராவது
நம் காதலை பார்த்து
பொறாமை படும் வரை
காதலிப்போம்

அப்புறம்
நாம் வெட்கப்படும் வரை

காதலிப்போம்

♥

சிரிக்கின்ற
பொழுது மட்டும்
குழந்தையல்ல நீ

வெட்கமே இல்லாமல்
தண்ணீரோடு தண்ணீராய்
விளையாடி கொண்டிருப்பாய்

உன் உச்சந்தலையில்
முதல் கப் தண்ணீருக்கு அடுத்து
இரண்டாம் கப் தண்ணீர் ஊற்ற
உன்னை ஐந்து முறை கெஞ்ச வேண்டும்

காற்றில் சிலிர்க்கும் பூக்களைப்போல்
சோப்பு நுரையில் கண் சிமிட்டுவாய்
நெருங்கி வந்து
சேர்த்து நனைத்துவிட்டு
குளிப்போம் என
கண்களில் அழைப்பாய்

கால் நகம் கொண்டு கிள்ளி
காதல் புரிவாய்

தலை துவட்டிய பிறகும்
ஈர உடலோடு
உடை மாற்ற
சோம்பேறி தனம்பட்டு
நீயே மாற்றிவிடு என
படுக்கையின் மேல்
மல்லாக்க சாய்ந்துவிடுவாய்

குளிக்கின்ற பொழுதும் கூட
வரமாய் வந்த

என் குழந்தை தான் நீ

நீ

என் மார்பில் சாய்ந்து
கிடக்கிறாய்

என் முதுகில் சாய்ந்து
கிடக்கிறது

மேகம்

♥

கனவில் சாமி
சண்டைக்கு வருகிறார்
நீயும் நானும் கண்டதை காட்டி
நிலாவை கெடுத்து குட்டி சுவராய்
மாற்றிவிட்டோமாம்

நாம் சேர்ந்திருக்கையில்
நம்மை எட்டி பார்த்த நிலாவை தவறு சொல்ல
அந்த சாமியிடத்திலும் நேர்மை இல்லை

இறுதியாய்
உன்னிடம் இருந்து
மீண்டுமொரு முத்தம்
கேட்கத்தான் ஆசை

அதை எங்கே வாங்க என்று தான்
யோசிக்கிறேன்
எல்லா இடமும் எனக்கென்று
கேட்டு குதிக்கிறதே !

♥

ஒவ்வொரு இரவின்
உன் இறுதி முத்தமும்
திருப்தி அடைந்து
வானத்தில் நட்சத்திரம் ஆகிறது

ஆனாலும் இந்த பாவி மனம்
மீண்டுமொரு முத்தம் என்று
உன்னிடம் தான் வருகிறது
திருப்தியே அடையாமல்

நீயே எதாவது அசிங்கமாய்
திட்டி விட்டுப் போ
என்னையும் என் காதலையும் !

♥

இந்த உலகமே
நிம்மதியாகிறது
உன் அணைப்புக்கு பின்
என்னுள்

♥

உன் மார்பில் அணைத்துக் கொண்டு
விடுடா பார்த்துக்கலாம் என்று
நீ துணை நிற்கும் ஆறுதலில்
என் அம்மாவின் வாசம் நீ

♥

உன் முத்தத்தில்
ஒரு வண்ணம் பதித்து செல்கிறாய்
அது எட்டாவது வானவில் போல்
நீ பக்கம் வரும் போதெல்லாம்
பூக்க ஆரம்பித்துவிடுகிறது
இன்னொன்று கேட்டு

♥

உன் உதிரத்தில் இருந்து
நாம் சேர்ந்து வரைவோம்
ஒரு காதல் ஓவியத்தை

கடவுளின் படைப்பின் ரகசியத்தை
நாம் பரிசீலனை செய்து
மாற்றி அமைப்போம்

உன் வெட்கத்தில்
சிவந்து கொண்டே போகிறது
என் கன்னம்
காதல்
கவிதை

♥

ஆதிரா நீ
உடை மாற்றும் கனங்கள் அழகானவை

அந்த சேலையை
எட்டு முறை மடிப்பாய்
ஒன்பதாவது முறை
மடித்து கட்டிவிடுவது நான்

அந்த ஜாக்கேட்டை
அவசர அவசரமாக போடுவாய்
அதன் கடைசி ஊக்கு போட்டுவிட
நான்

உடைமாற்றிவிட்டு
கிளம்புகையில்
மடியமர்ந்து
ஒரு முத்தம் கொடுப்பாய்

நீ விடு திரும்பும் வரை
செமத்து பிள்ளையாய்
வீட்டில் இருப்பதற்கு நான்

ஆனால்
ஆதிரா
நீ இல்லாத கணங்கள் அனைத்துமே
வெறுப்பானவை

♥

நம் பினைப்பில் இருந்து
காதல் ஒரு புதிய வரலாறு
எழுதிக்கொள்ளட்டும்

நாம் பதிலீடாக காதலிடம் இருந்து
இன்னும் கொஞ்சம்
இறுக்கத்தை வாங்கி கொள்வோம்

♥

நான் உடுத்திக் களைந்த
சட்டையை போட நீ
ஆசைப்படுகிறாய்

நீ உடுத்தும் அதே ஆடையை
துவைக்காமல் மீண்டும் போட
நான் ஆசைப்படுகிறேன்

கிட்ட தட்ட காதல் நம்மை
ஒரு அழுக்கு பண்டாரமாய் தான்
ஆக்கி வைத்திருக்கிறது

ஆனால் அந்த அழுக்கும்
அழகாய் தான் இருக்கிறது
உன் வாசமதில்

♥

தலையில் தட்டி
ச்சீ சும்மா இரு என்று
உன் மடியிலேயே சாய்த்து விடுகிறாய்

என் காமம் உன் காலடியில்
அடங்கி போய் உன் விரல் பிடித்து கொண்டிருக்கிறது

நீ கடவுளை போல்
ஒரு புதிய காமத்தையே உருவாக்கி
அழகு செய்து

வெட்கம் நிரப்பி
என்னை பார்த்து
மெல்ல சிரிக்கிறாய்

♥

நான் கேட்டது
ஒரு முத்தம்
அதிலும் பாதி தந்து
மீதி நாளை என்று சொல்லும்
உன் திமிரான திருட்டுப் பார்வைக்கு
பெயர் தான் அடங்காத அழகு

♥

எங்கள் காதலொன்றும்
பரிசுத்தம் அல்ல
அது பூமியில் பிறந்த
முதல் காதல் ஜோடியின்
ஒரு குழந்தைக்கனம்
ஒரு மிருகத்தனம்

தலை முடியை விரல் கொண்டு
கோதி விட்டு மௌனமாய் சிரிக்கிறாய்
மெல்ல அப்படியே
அணைத்துக் கொண்டு
உறங்க முயல்கிறாய்

உடலுறவின் நம் கடைசி கனம்
தளர்வுகளின் ஊடாக
நம்மை இன்னொரு மனிதர்களாக
பிறக்க வைக்கிறது

அங்கே இருப்பது
எனக்காய் நீயும்
உனக்காய் நானும் மட்டும் தான்
இந்த பிரபஞ்சத்தில்

♥

இரண்டு மார்புக்கும் நடுவுல
இரண்டு விரலால நீ தடவி விடுர மாதிரி
ஒரு உணர்வுல தான்
என் ஒவ்வொரு கவிதையும்
என்கிட்ட இருந்து உனக்காக பிறக்கும்
ஆதிரா

♥

நீ அதை கவிதையா பார்க்குற
நான் அதை உன்னோட
ஒரு வியர்வை மாதிரி தான்
உணர்ந்துட்டு இருக்கேன்
ஆதிரா

♥

இரண்டு பேரும் கொஞ்சம்
தூரமா விலகி போன அப்புறம் தான்
ஒரு புரிதல் வருது
ஒரு ஆழமான அன்பு வருது
தாங்கவே முடியாத
ஒரு வலியும் கூடவே வருது

♥

என் கண்ணீரில் இருந்து நான்
ஒரு கடல் செய்தேன்
உன் நினைவுகளை அதில்
மீன்களாக்கினேன்

இப்போது நான் கடற்கரையில்
அமர்ந்து பார்த்து கொண்டிருக்கிறேன்
என் காதலை

என் உலகத்தில்
இப்போது
நீ மட்டும் தான் இல்லை

♥

எப்படியாயினும் மீண்டும்
உன்னை சந்திக்க நேரிடுகிறது

சந்திப்புக்கு பிறகு
ஒரு குழந்தையாக
ஒரு மிருகமாக
ஒரு கடவுளாக மாறி
அழுது கதறி
உன்னை சபித்து
உன்னிடம் மன்னிப்பு கேட்டு புலம்பி தவித்து ,
மரணிக்க முயன்று
அதிலும் தோற்று பின்
மெல்ல மெல்ல தெளிந்து
ஒரு கவிதை எழுதி தான்
நானாக வேண்டியிருக்கிறது

உன் பிரிவுக்கு அப்புறம்
எல்லாமே மாறிவிட்டது
இந்த நிகழ்வுகள் மட்டும் அப்படியே சுழல்கிறது
உன்னையும் என்னையும் சுற்றி

♥

நேசிப்பதிலும்
இவ்வளவு அழகு உண்டு என்பதை
ஒரு முத்தத்தில் உணர்த்துகிறாய் நீ
அது கன்னம் தாண்டி
இதயம் வரை பதிகிறது

♥

என் கண்ணீர் துளிகளை
உன் விரல்களால் கொஞ்சம் தொட்டுப் பார்
அதன் ஈரம் உன் உயிரையே
உனக்கு உணர்த்தும்
என் காதலையும்

♥

நம் காதல்
நம் உணர்வுகள்
இந்த மனிதர்களுக்கு முற்றிலும் புதியது
அவர்கள் புரிந்து கொள்ள போவதேயில்லை

வா முத்தமிட்டு
இன்னொரு பூமி செய்வோம்

♥

உன் பாதங்களில்
ஒரு முத்தங்களாய் தேய்கிறது
எனது வாழ்வு
காதல்
கவிதை

♥

வாழ்வின்
எதாவதொரு நிலையில்
நாம் நிச்சயமாக அழத்தான் போகிறோம்

அது உன் மடியிலும்
உன் மார்பிலும் இருந்தால் என்ன !

♥

நீ
என்னருகில் உறங்கி கொண்டிருக்கும்
அழகை மனதில் வைத்து
நான் உறங்கி கொண்டிருக்கிறேன்

♥

சதை தான் காமம்
ஆம் உன் சதை காமம் தான்
உன் சதைக்குள்
என்னை உணரும்
காதல்

எம் பெருங்காமம்

♥

ச் ... சீ போடா என்று
சொல்லி வெட்கப்பட்டு
நீ நகரும் அழகுதான்

என்னை மீண்டும் மீண்டும்
எதையாவது செய்ய வைத்து
கொண்டே இருக்கிறது

♥

என்னை பற்றி ஒரு கவிதை எழுதேன் !
என்று இன்னும் எத்தனை முறை
நீ கேட்டாலும்
உன்னை ரசிப்பதில் இருந்து
ரசித்து முடித்து
ஒரு கவிதை எழுதுவது ஆகாத ஒன்று

ஏனெனில்
நீ அவ்வளவு அழகு
நான் அவ்வளவு பெரிய ரசிகன்

♥

என் கவிதைகள் என்பது
உன் கழுத்தோரத்தில் மறைத்தும்
மறைக்க முடியாமலும்
ஒளிரும் உன் மச்சம் போன்றது
நானும்

♥

என்ன நீ எவ்வளவு காதலிக்கிற ?

தெரியலடி உன் கைய புடிச்சி
என் கன்னத்துல வச்சி அப்படியே
உன்ன கட்டிப்பிடிச்சி
கொஞ்சம் நிம்மதியா
தூங்கனும் போல இருக்கு

♥

இந்த அழகு கலரு
சதை
செக்ஸ் எல்லாமே
ஒரு மயிரு மாதிரி தெரியும்

அப்படி ஒரு காதல் நிச்சயம்
நம்ம வாழ்க்கையில
ஒருத்தங்க மேல ஏற்படும்
அவங்க கூட வாழ்ற வாழ்க்கை தான்
நிஜமாவே சொர்க்கம்

♥

இன்னொரு கவிதை
உன் இரண்டாவது முத்தம்

♥

செக்ஸ் தாண்டியும்
மனிதனுடைய உணர்வுகள்
காதல் ஆழமானது
அழகானது
அதை யாருமே புரிஞ்சிக்கிறதே இல்ல
ஆதிரா நம்மளோட காதல்
அந்த கடவுள் படைச்சதை விட
பெருசாகிட்டே இருக்கு
கிட்ட தட்ட
நம்ம தான் இப்போ கடவுள்

ஆதிரா

♥

பார்க்கிறாய்
என் கவிதை அழகாகி
கொண்டே இருக்கிறது
ஒரு முத்தமிடுகிறாய்
அனைத்தும் பூக்களாகி மணக்கிறது

அப்பா என்று
எப்போது அழைப்பாள் என
நான் ஏங்கும்
என் பிறக்காத மகளின்
பூரண காதல்

நீ

9 788195 345427

Printed by Libri Plureos GmbH in Hamburg,
Germany